ĐẠO PHẬT
VÀ THANH NIÊN

SUY NGHĨ VỀ HƯỚNG
GIÁO DỤC ĐẠO PHẬT CHO TUỔI TRẺ

TUỆ SỸ

ĐẠO PHẬT
VÀ THANH NIÊN

SUY NGHĨ VỀ HƯỚNG
GIÁO DỤC ĐẠO PHẬT CHO TUỔI TRẺ

TỦ SÁCH PHỔ HÒA
[19]

ĐẠO PHẬT VÀ THANH NIÊN

**SUY NGHĨ VỀ HƯỚNG
GIÁO DỤC ĐẠO PHẬT CHO TUỔI TRẺ**

Tuệ Sỹ

Chuyển ngữ: Viên Minh, Tâm Thường Định
Biên tập: Tâm Thường Định, Nguyên Nhã
Trình bày: Quảng Pháp, Nhuận Pháp

Tủ sách Phổ Hòa *ấn hành*, 2023
ISBN: 979-8-8689-9561-3

MỤC LỤC

7
Lời thưa của Hoa Đàm

15
Đạo Phật và Thanh niên

57
Suy nghĩ về hướng giáo dục đạo Phật cho tuổi trẻ

11
Introduction by Hoa Dam

35
Buddhism & The youth

69
The current thinking about Buddhist education plans for Vietnamese youth

Lời thưa

Vị Sư đó, dáng mảnh khảnh, mắt tinh anh, từ thời trẻ, đã từng đứng trên bục giảng Viện Đại Học Vạn Hạnh (Sài gòn trước 1975), thao thao giảng những luận đề triết học Đông Tây Kim Cổ, những khảo luận uyên thâm về Phật Giáo Nguyên Thỉ, Phát Triển, Thiền Tông...

Vị Sư đó, cũng có thời, quay lưng với thủ đô (miền Nam) náo hoạt, lui về đồi Trại Thủy (Nha Trang) lộng gió biển khơi, quây quần cùng lớp tăng sinh Phật Học Viện Hải Đức, say sưa trao truyền, chia sẻ sở học và kiến văn sâu rộng của mình.

Vị Sư đó, vào tuổi trung niên, đã lừng lửng dấn bước chân Bồ Tát bất thối vào chốn nguy nan để dậy lên lớp lớp hải triều gọi kêu tự do, dân chủ công bình cho nhân sinh giữa vô minh dằng dặt.

Vị Sư đó, mọi thời mọi lúc, cứ như nhất hành trạng vô úy, thong dong với chiếc lam y, tự tại trong áo nâu sồng, dù đang giữa thị tứ đô hội, giữa núi đồi cỏ cây tịnh mặc, hay giữa chốn ngục tù với án tử hình vô nghĩa (1988).

Ngày nay, vị Sư đó - Thượng Tọa Thích Tuệ Sỹ - đến với các bạn trẻ trong và ngoài nước, gởi trao lời pháp thân tình: "Đạo Phật và thanh niên." Mỗi một chúng ta chắc hẳn sẽ đón nhận bài pháp theo từng tâm đắc khác nhau.

Mỗi chúng ta, với tâm thức và tấm lòng có thể riêng khác, nếu ví được như những chiếc chuông treo, và lời pháp của Thầy như khúc dùi khua, đủ sức khua chuông ngân tiếng. Tiếng chuông, dù ngắn hay dài, dù trầm hay thanh, dù thong thả hay xôn xao, có lẽ nếu Thầy nghe được, chắc Thầy cũng xem như lời pháp vọng âm từ chúng ta. (Như có lần Thầy nghe một người bạn - có lẽ cũng là bạn trẻ - tâm sự về tình yêu và sự vĩnh hằng và Thầy xem đó là một "bài pháp rất hay").

Hôm nay, bài pháp thoại "Đạo Phật và thanh niên" của Thầy Tuệ Sỹ, như một tách trà còn bốc khói, chúng ta thử đón nhận và thưởng thức, và mỗi bạn riêng mình biết rõ hương vị. Dù tâm cảm của mỗi bạn có sao đi nữa, các bạn hẳn đồng ý rằng bài pháp đã được trao gởi trong ánh sáng của Đạo Giải Thoát - Giải thoát khỏi mọi hệ lụy tầm thường. Giải thoát khỏi những trói buộc của tâm/vật lý phi nghĩa. Giải thoát khỏi những giới hạn cứng nhắc của lý tưởng, ý hệ, tín điều mù lòa.

Trong đời thường, tìm kiếm giải thoát đó còn có nghĩa là phóng thoát đến tự do đích thực. Và trong ý nghĩa giải thoát/tự do này, bài pháp của Thầy Tuệ Sỹ đã không thúc dục, gò ép các bạn vào một định khung, một khuôn khổ nào.

"Tự mình thắp đuốc mà đi." Mỗi một bạn trẻ tự tìm thấy chánh pháp cho chính mình!

Hoa Đàm, 2009

Introduction

From a young age, the esteemed monk, a slender physique and keen, lively eyes, delivered philosophy lectures at Vạn Hạnh University (in Saigon as known before 1975). He taught profound wisdom on various branches of Buddhism, including Theravada Buddhism, Mahayana Buddhism, and Zen Buddhism, spanning from ancient to modern times and Eastern to Western philosophies.

Once, this revered monk abandoned the vibrant capital of the South and sought refuge in Trại Thuỷ hill (Nha Trang), a winding coastal city, where he devoted himself fervently to instructing and imparting his vast wisdom and understanding to the Buddhist monks enrolled at Hải Đức Buddhist Institute.

At around middle age, the revered monk fearlessly traversed treacherous terrain in the footsteps of the Bodhisattva, imparting knowledge to countless generations and advocating for the principles of liberty, democracy, and equity in the realm of human existence.

That venerable monk looked to act fearlessly, leisurely in his gray robe, at ease in his brown robe, whether he was in the middle of the city, the tranquil highlands and hills, or a prison with an absurd death sentence (1988).

Today, the esteemed monk, Venerable Thích Tuệ Sỹ, is still teaching the youth and individuals both in Vietnam and abroad, imparting benevolent teachings on the principles of Buddhism specifically tailored for the younger generation. Undoubtedly, the message will elicit varied responses from each of us, contingent upon our respective interests.

Each individual might be likened to a hanging bell, with their own cognitive and emotional faculties. The teachings of the Venerable, like a chisel, have the precise impact required to elicit a resonant sound from the bell. If the Venerable perceives the sound of the bell, regardless of its duration, pitch, volume, or intensity, he would interpret it as the manifestation of the Dharma reflecting from us. (For instance, I once overheard a companion, potentially a youthful companion, discussing love and eternity, and I found it to be an exceptionally insightful discourse on Buddhist teachings).

Nowadays, Venerable Thích Tuệ Sỹ's Dharma talk titled "Buddhism and the Youth" is like a freshly brewed cup of tea. We strive to receive and savor it, with each individual experiencing their unique taste. Regardless of your sentiments, it is universally acknowledged that the Dharma talk was presented within the framework of the Path of Liberation, which aims to free individuals from all trivial repercussions. Freedom from the constraints of mental and physical folly. Liberty from the rigid limitations of ideals, ideologies, and unquestioning beliefs.

Discovering emancipation in daily existence also entails seeking absolute independence. Venerable Thích Tuệ Sỹ's teachings did not impose any predetermined structure or framework on your understanding of liberation or freedom.

(Just) "Ignite your torch to pursue." Each young person must discover his or her own Dharma.

Hoa Đàm, 2009

ĐẠO PHẬT
VÀ
THANH NIÊN

TUỆ SỸ

Các anh chị thân mến,

Đề tài thảo luận của chúng ta hôm nay là "Đạo Phật và Thanh niên". Tiêu đề như thế thường gây ấn tượng rằng có nhiều hình thái đạo Phật khác nhau; và mỗi hình thái cho từng lứa tuổi, hay tùy theo thành phần xã hội khác nhau. Nhưng cũng có thể hiểu, chỉ có một đạo Phật mà thôi, và nội dung thảo luận của chúng ta nay sẽ xem xét đạo Phật ấy có những đặc điểm gì được xem là cơ bản, rồi từ đó rút ra kết luận rằng, đạo Phật trong ý nghĩa như vậy có phù hợp với tuổi trẻ hay không? Tất nhiên, các Anh Chị ở đây đều là Phật tử, do đó câu trả lời đã có sẵn từ bao lâu rồi. Dù nói theo ý nghĩa nào, hay nhìn vấn đề từ góc cạnh nào, chúng ta sẽ không nêu ra bất cứ định nghĩa, và cũng không quy chiếu đạo Phật vào những yếu tính hay đặc tính nào.

Nói thế, có khi cũng hơi khó cho các anh chị thấy rõ vấn đề. Chắc ở trong đây cũng có nhiều Anh Chị đã từng đọc sách Thiền, và có thể đã nghe nói đến công án Thiền, đại khái như thế này. Một người hỏi Thiền sư: Phật là gì? Thiền sư đáp: "Ba cân gai". Không phải là câu chuyện bông đùa, cũng không phải Thiền sư muốn đưa ra một mệnh đề triết học siêu nghiệm rắc rối. Bởi vì, ở đây chúng ta đi tìm ý nghĩa của đời sống, tìm để phát hiện những giá trị của đời sống. Nói theo cách nói của một nhà văn hay nhà thơ, chúng ta không định nghĩa, không mô tả, vì chúng ta không đi tìm kiến thức bách khoa về sự sống, mà đi tìm hương vị đích thực của nó. Như con ong đi tìm hoa, không phải chỉ tìm hương sắc của hoa. Hương sắc của hoa chỉ là tín hiệu của giá trị tồn tại. Nó tìm hoa để hút mật, làm dưỡng chất cho tồn tại của mình và cho tất cả nòi giống của mình.

Tuổi trẻ thường được nhắc nhở, khuyên bảo rằng cần phải học hỏi để sống cho đáng sống. Ca dao cũng nói rằng *"làm trai cho đáng nên trai, xuống đông đông tĩnh lên đoài đoài yên"*, và các bạn trẻ hiểu rằng, ta sẽ phải làm nên sự nghiệp hiển hách nào đó kẻo không thì sẽ uổng phí cuộc đời. Rồi bạn ấy làm nên sự nghiệp lớn thật, và người đời thán phục. Chúng ta cũng hết sức thán phục. Nhưng hãy nhìn sâu vào đôi mắt của bạn ấy một chút, nếu có ai trong chúng ta đây có vinh dự được nhìn. Chúng ta thấy gì? Những phương trời cao rộng, để cho *"cánh hồng bay bổng tuyệt vời"*, hay một phương trời tiếc nuối, *"khi ngoảnh lại ngắm màu dương liễu, thà khuyên chàng đừng chịu tước phong"*? Cả hai. Người đuổi bắt ảo ảnh để tìm ảnh thực vĩnh cửu của chính mình. Vị ngọt của đời ở đâu, trong cả hai?

Bây giờ chúng ta hãy tạm rời bức tranh lãng mạn ấy, để nhìn sang một hướng khác. Có hình ảnh nào đáng chiêm ngưỡng hơn hay không? Cũng còn tùy theo điểm đứng nghệ thuật của người nhìn.

Thuở xưa, có một vương tử, mà ngai vàng đã dọn sẵn, vó ngựa chinh phục cũng đã sẵn sàng yên cương. Rồi một đêm, khi cả cung đình đang ngủ say trong giấc ngủ êm đềm của uy quyền, danh vọng, giàu sang; vương tử gọi quân hầu thắng cho ngài con tuấn mã trường chinh. Nhưng vó ngựa trường chinh của ngài không tung hoành chiến trận. Thanh gươm chinh phục của ngài không đánh gục những chiến sĩ yếu hèn. Gót chân vương giả từ đó lang thang khắp chốn sơn cùng thủy tận: cô đơn bên bờ suối, dưới gốc cây. Ngài đi tìm cái gì? Ta hãy nghe Ngài nói: "*Rồi thì, này các Tỳ kheo, một thời gian sau, trong tuổi thanh xuân, khi tóc còn đen mượt, với sức sống cường tráng; mặc dù cha mẹ không đồng ý với gương mặt đầm đìa nước mắt, Ta đã cạo bỏ râu tóc, khoác áo ca-sa, lìa bỏ gia đình, sống không gia đình. Ta trong khi ra đi như vậy, làm người đi tìm cái gì đó chí thiện, tìm con đường hướng thượng, tìm dấu vết của sự tịch mịch tối thượng"*. Ngài đi tìm và khai phát con đường dẫn về thế giới bình an và hạnh phúc vĩnh cửu.

Rồi con đường ấy được công bố, được giới thiệu cho những ai như những đóa sen tuy sinh trưởng từ bùn sình, nước đọng, đang đã có thể vươn lên khỏi bùn sình, bản thân không bị nhiễm mùi tanh hôi của bùn sình. Tuy vậy, không phải ngay từ đầu con đường vừa được khám phá và công bố ấy được tiếp nhận một cách đầy tin tưởng bởi tất cả mọi người. Số người chống đối không phải ít.

Khi đức Đạo sư trẻ tuổi đến Magadha, vương quốc hùng mạnh nhất thời bấy giờ, nhiều thanh niên con nhà gia thế, như Yasa cùng các bạn bè, và các thanh niên trí thức hàng đầu như Sariputta và Moggallana, và nhiều thanh niên quý tộc, vương tôn công tử, tiếp nối nhau từ bỏ gia đình, từ bỏ địa vị xã hội sang cả, chọn con đường vinh quang của Chân lý. Từ một góc độ nào đó mà nhìn, sự ra đi của họ tạo thành một khoảng trống lớn cho xã hội, làm đảo lộn nếp sống đã thành thói quen của quần chúng. Dân chúng lo ngại. Họ thì thầm bàn tán, rồi phiền muộn, rồi thất vọng, và rồi giận dữ. Dư luận gần như dấy lên đợt sóng phải đối: "*Sa-môn Gotama làm cho những người cha mất con, những bà vợ trẻ trở thành góa bụa. Sa-môn Gotama làm cho các gia đình có nguy cơ sụp đổ*". Dư luận phản đối ấy không kéo dài đủ để gây thành làn sóng phản đối. Chẳng mấy chốc, những người cha, những bà vợ trẻ ấy nhận thấy không phải họ bị phản bội hay bị bỏ rơi cho số phận cô đơn, mà họ được chỉ cho thấy hương vị tuyệt vời của tình yêu và hạnh phúc mà trong một thời gian dài họ không tìm thấy.

Như thế, trong những ngày đầu tiên khi vừa được công bố, con đường chí thiện, con đường tối thắng và tối thượng của thế gian, dẫn đến thế giới bình an vĩnh cửu không phải bằng sức mạnh chinh phục của gươm giáo, mà bằng sức mạnh của từ bi và trí tuệ; con đường ấy được nồng nhiệt tiếp nhận bởi những con người rất trẻ, bởi tầng lớp ưu tú nhất của xã hội; tầng lớp định hướng tương lai của xã hội.

Rồi ba thế kỷ sau, một bạo chúa với đạo quân hùng mạnh bách chiến bách thắng, sau một trận tàn sát khốc liệt, chống gươm đứng nhìn hàng vạn xác chết chợt thấy rằng chiến thắng oanh liệt đẫm máu này không thể là sức mạnh tối thượng để có thể chinh phục lòng người. Dù nó mang lại cho người chiến thắng những giây phút vinh quang ngây ngất. Vị hoàng đế trẻ cảm thức sâu xa đó không phải là nguồn suối của bình an và hạnh phúc. Kể từ đó, đế quốc mênh mông không cần được bảo vệ bằng sức mạnh của gươm giáo; thần dân của đế quốc sống trong thái bình thịnh trị, được bảo vệ bằng sức mạnh của từ bi và khoan dung.

Có lẽ chúng ta nên dừng lại ở đây. Hình ảnh ấy đối với nhiều người quá cao xa, nhìn lâu tất choáng ngợp. Dù vậy, tự thâm tâm của mình, không một bạn trẻ nào, dù là nam hay nữ, không cảm nhận rằng mình đang được thúc đẩy bởi một động lực không thể cưỡng, đó là khát vọng chinh phục. Chinh phục tình yêu, chinh phục danh vọng, chinh phục địa vị. Dù nhìn từ góc độ nào, dù tiến theo hướng nào; chúng ta như những trẻ nít đuổi theo cánh bướm. Khi đã nắm được xác bướm trong lòng tay, ít ai tự hỏi: chinh phục và chiến thắng này có ý nghĩa gì? Và ta vẫn mãi miết đuổi theo những cánh bướm này rồi đến cánh bướm khác. Trong lịch sử loài người, có bao nhiêu nhà chinh phục vĩ đại, sau chiến thắng, lại cảm thấy ta cũng chỉ là một con đường yếu đuối trước sức mạnh bao dung của tình yêu nhân loại?

Vó ngựa của Thành-cát-tư-hãn không chùn bước trước bất cứ kẻ thù nào, nhưng tâm tư của Đại Hãn cảm thấy bất an khi nhìn sâu vào cuối con đường chinh phục một bóng dáng đang thấp thoáng đợi chờ. Đó là kẻ thù cần phải chinh phục sau cùng. Đại Hãn cũng biết rằng dẫu cho tập hợp sức mạnh của trăm vạn hùng binh cũng không thể đánh bại kẻ thù ấy, chinh phục vương quốc ấy. Ông cho đi tìm một người trợ thủ, tìm cố vấn thông thái nhất và khôn ngoan nhất để tập hợp được sức mạnh siêu nhiên. Sứ giả của Đại Hãn đi vào núi Chung nam thỉnh cầu Đạo trưởng Khưu Xứ Cơ. Đạo trưởng khởi hành, băng sa mạc, đến tận đại bản doanh của Đại Hãn, để giảng giải cho Đại Hãn ý nghĩa trường sinh bất tử, những ẩn nghĩa huyền vi từ quyển thiên thư năm nghìn chữ của Thái thượng Lão quân. Cuối quyển thiên thư, khi tất cả ẩn ngữ coi như đã phơi bày ý nghĩa thâm sâu. Khả Hãn chỉ xác nhận được một điều: ta sẽ là người chiến bại trong cuộc chiến cuối cùng ấy.

Vậy, ý nghĩa của chinh phục là gì?

Mỗi người trong chúng ta sống và đi tìm một cái gì đó, một ý nghĩa nào đó, cho sự sống hay lẽ sống của mình. Với tuyệt đại đa số, tình yêu và hạnh phúc là lẽ sống, hoặc là tài sản, hoặc danh vọng, hoặc quyền lực, là lẽ sống. Người ta tự đày đọa tâm trí mình, làm khổ nhọc hình hài mình, để đuổi bắt những gì được coi là tinh hoa của đời sống. Người ta cũng biết rằng ngoài những cái lẽ sống phù du, ảo ảnh của hạnh phúc, còn có những phương trời cao rộng, còn có con đường chí thiện; nhưng chỉ một số rất ít người bước theo hướng đó, và lại rất ít người đến đích. Vì sao thế?

Có một nhà nghiên cứu văn học, khi viết về nhà thơ Lý Bạch, không tiếc lời ca ngợi con người tài và đời sống phóng khoáng ấy. Rồi nhà nghiên cứu kết luận: nhưng chúng ta không sống như Lý Bạch được, vì chúng ta còn có gia đình vợ con, và nhiều thứ ràng buộc khác. Phải chăng tất cả chúng ta đều sinh ra với một dây thòng lọng treo sẵn nơi cổ, còn Lý Bạch thì không? Phải chăng chúng ta chỉ được phép chiêm ngưỡng, thán phục những cuộc đời và những nhân cách cao thượng, như người hành khất đói rách chỉ được phép từ xa đứng nhìn một cách thèm thuồng những ngọc ngà châu báu trên thân thể một công nương mỹ miều? Lý Bạch không thể sống như ta, và ta cũng chẳng cần phải trở thành người như Lý Bạch để được người đời thán phục. Mỗi người ẩn chứa trong tự thân một kho báu vô tận. Cần gì phải vay mượn hay ăn cắp giá trị của tha nhân. Không nên tự đánh giá mình quá thấp kém.

Người cùng tử trong kinh *Pháp Hoa*, không dám vọng tưởng bản thân là con trai và cũng là người thừa kế duy nhất của vị trưởng giả giàu sang, mà thế lực có khi còn lấn lướt trên hàng khanh tướng của triều đình. Anh chàng trai trẻ này cảm thấy sung sướng khi người ta nhận mình làm một tôi tớ hèn mọn, và rất lấy làm vinh dự được là tôi tớ hèn mọn của gia đình sang cả ấy. Vinh dự với công việc quét dọn các hố xí. Vinh dự được nằm ngủ trong chuồng ngựa. Thế nhưng, tự bản chất, trong huyết thống, và như một định mệnh quái dị, nó phải là người thừa kế duy nhất của gia đình ông trưởng giả. Nó chỉ được công nhận tư cách thừa kế khi nào tự nhận ra nguồn gốc huyết thống của mình, tự khẳng định giá trị cao sang của mình. Không thể rằng một kẻ tự xác nhận giá trị con người của nó không cao hơn giá trị con ngựa nòi của ông chủ, mà kẻ đó lại có ý nghĩa muốn khẳng định mình là kẻ thừa kế duy nhất. Đó không phải là thừa kế, mà là âm mưu sang đoạt. Chắc chắn nó sẽ phải bị trừng phạt vì tham vọng điên rồ. Ở đây, trong khi chúng ta không tự khẳng định được phẩm chất cao quý của mình, không nhìn thấy những giá trị cao cả của đời sống; những giá trị không cao hơn các hàng ghế và các nấc thang xã hội đã được cố định như là trật tự không thể đảo lộn; ấy thế mà nghĩ rằng "Ta là Phật tử", nghĩa là kẻ thừa tự hợp pháp của gia tộc Như lai, há chẳng phải là một sự soán nghịch chăng?

Trong số những người bạn trẻ của tôi, không ít người cố vươn lên, tự khẳng định giá trị bản thân; tự cho rằng khi cần và nếu muốn thì có thể khoác lên mình phẩm phục sang nhất, ngồi ở địa vị cao nhất trong xã hội không phải là khó; và khi không cần thiết thì cũng có thể "vứt bỏ ngai vàng như đôi dép rách". Những người bạn ấy, sau một thời gian vật lộn với đời để tự khẳng định giá trị của mình, có bạn "may mắn" leo lên được chiếc ghế cao, bỗng chợt thấy tất cả ý nghĩa và giá trị của đời sống đều được vẽ vời, được khắc chạm lên chiếc ghế này. Từ đó, họ cố buộc chặt mình vào đó, và quyết tâm bảo vệ nó "với bất cứ giá nào".

Cũng có người bạn, sau cuộc tình đổ vỡ, chợt thấy hạnh phúc trong vòng tay chỉ là ảo ảnh. Anh tìm đến tôi sau những ngày lang thang, đau khổ. Không phải anh đến tìm nơi tôi một nguồn an ủi, mà đến để giảng cho tôi một bài pháp rất hay về nghĩa của tình yêu và vĩnh cửu; hạnh phúc chân thật và lẽ sống cao cả, chí thiện. Trong khi lặng lẽ nghe anh nói, cảm thấy như mình đang uống từng giọt nước cam lồ ngưng tụ từ những giọt nước mắt nóng bỏng; và thầm tự hỏi: bạn mình đã "chứng ngộ Niết bàn" rồi chăng? Phải thú nhận rằng, bây giờ, đã ba mươi năm sau, tôi vẫn không quên được "bài thuyết pháp" tuyệt vời ấy.

Nhưng chỉ một thời gian ngắn thôi; anh lại lao mình chạy theo những cuộc tình mới. Tôi hỏi. Anh nói, hương vị ngọt ngào của mối tình đầu ấy không nhạt mờ theo năm tháng được. Nó vĩnh viễn ẩn kín ở một góc tối nào đó trong trái tim anh. Anh đuổi theo những mối tình hời hợt, thoáng chốc; chạy theo danh vọng phù hoa; tất cả chỉ muốn quên đi những gì đã đi và đi mất mà không bao giờ níu kéo lại được. Thỉnh thoảng, nhớ lại anh, tôi tự hỏi, bây giờ thực tế anh đang gặt hái những thành công trên đường đời; nếu nghĩ lại những năm tháng của tuổi trẻ ấy, anh có thấy mình dại dột chăng? Là đuổi bắt ảo ảnh chăng? Và giữa hai quãng đời ấy, thật sự đâu là ảo ảnh?

Người ta nói, tuổi trẻ các bạn đang đứng trước ngưỡng cửa cuộc đời; vậy hãy chuẩn bị hành trang mà vào đời. Tôi muốn nói cách khác. Bằng tuổi trẻ của mình đã đi qua, tôi muốn nói rằng, tuổi trẻ các bạn đang được đặt trước hai câu hỏi cần phải trả lời dứt khoát, hay trước hai ngả đường cần phải lựa chọn không lưỡng lự: tình yêu và sự nghiệp. Trước mặt các bạn là con đường thăm thẳm, đang ẩn hiện mơ hồ dưới ánh sao mai. Chưa phải là buổi bình minh để các bạn thấy rõ mình đang đứng đâu và con đường mình sẽ đi đang dẫn về đâu. Và trước mắt có thật sự là hai ngả đường phải lựa chọn, hay thực tế chỉ một mà thôi? Các bạn sẽ tiến tới theo hướng nào? Học tiến lên theo con đường công danh sự nghiệp, bởi vì *"đã sinh ra ở trong trời đất, phải có danh gì với núi sông"*? Hay săn đuổi bóng dáng một mùa xuân vĩnh cửu? Cả hai ý nghĩa, các bạn trẻ đều hiểu rõ. Chúng ta không cần biện giải dài dòng. Có điều, sự hiểu biết của các bạn về con đường trước mắt không phải do chính mình đã nhìn thấy, như thấy rõ con đường mình đang đi, khi ánh bình minh xuất hiện; mà do dấu vết của nhiều thế hệ đi trước. Dễ có mấy ai tự vạch cho mình một lối đi riêng biệt, không dẫm theo bất cứ lối mòn nào.

Lần bước theo những vết mờ của người đi trước, tuổi trẻ định hướng cho tương lai của mình. Trong số họ, rất ít người bước ra khỏi bóng đêm của rừng rậm, để bằng chính đôi mắt của mình, nhìn thấy rõ con đường đang đi đang chạy theo hướng nào, dưới mặt trời rực sáng của ban mai.

Chúng ta hãy đi tìm một người trong số rất ít người ấy. Người không xa lạ với chúng ta. Tôi muốn nhắc các bạn vua Trần Nhân Tông. Tuổi trẻ, lớn lên giữa cung đình xa hoa, đầy lạc thú, nhưng người thiếu niên vương giả lại sống như một ẩn sỹ ngay giữa hoàng thành. Trường trai, khổ hạnh; không biết người ta có nhìn thấy phong độ hào hoa nơi thiếu niên vương giả này hay không. Nhưng vua cha nhìn thân thể gầy còm của người kế vị ngai vàng mà khóc: Biết con có đủ nghị lực để giữ vững giềng mối giang sơn chăng? Tuy vậy, con người ấy, về sau, khi ngự trị trên ngai vàng, làm chủ một đất nước, không chỉ đã tự khẳng định giá trị bản thân, mà còn khẳng định ý nghĩa sinh tồn của một dân tộc. Dù ngồi trên bệ rồng cao vời vợi; dù xông pha chiến trận; hay dù trên vó ngựa khải hoàn, từ những chiến thắng oanh liệt; mà cho đến nay, trong bóng đền khuya, trong bóng đêm tịch mịch của lịch sử, chúng ta vẫn mường tượng nhịp mõ công phu và giọng kinh man mác nhưng vẫn rành rọt khí phách anh hùng của bậc quân vương vốn coi ngai vàng như đôi dép bỏ: "*Nhất thiết hữu vi pháp, Như mộng huyễn bào ảnh*". Làm sao trong con mắt nhìn, thế giới này chỉ tồn tại như hạt sương trên đầu cỏ, lại có thể định hướng không chỉ cuộc đời của riêng mình mà cho cả vận mệnh của dân tộc? Hy vọng các bạn trẻ có thể tự mình tìm thấy câu trả lời. Bởi vì, nếu các bạn có thể trả lời được câu hỏi ấy, các bạn cũng có thể định hướng cuộc đời của mình mà không e ngại rằng sẽ có điều nhầm lẫn.

Bây giờ, chúng ta hãy trở lại đề tài thảo luận. Rất nhiều Anh Chị khi nghe đọc lên đề tài, nghĩ rằng diễn giả sẽ nêu lên một hình thái đạo Phật như thế nào đó, sau đó nghiệm xét xem hình thái ấy có những điểm nào phù hợp với tuổi trẻ, ích lợi thiết thực cho tuổi trẻ. Cho đến đây, chưa có hình thái nào được giới thiệu. Có Anh Chị nào cảm thấy thất vọng không? Cũng nên thất vọng một ít. Như thế để chứng tỏ rằng chúng ta đến với đề tài không phải thụ động; ai nói sao nghe vậy. Nhất định, phải có sự lựa chọn; dù không phải là lựa chọn một cách tùy tiện. Khởi đầu của nhận thức, tất phải có sự lựa chọn. Hoạt động trí năng của tuổi trẻ, trước tất cả, là khả năng lựa chọn. Tuổi trẻ học tập để biết lựa chọn. Định hướng cho tương lai của mình bằng sự lựa chọn sáng suốt.

Vả lại, ở đây ta cũng không nên thất vọng nếu nói rằng không có một hình thái đạo Phật nhất định nào dành riêng cho tuổi trẻ. Chỉ có một mảnh trăng trên trời. Nhưng là trăng bạc màu tang tóc; hay trăng tươi mát hồn nhiên; hoặc là trăng thề làm chứng cho trái tim chung thủy; và cũng có khi là *"trăng già độc địa làm sao, xe dây chẳng lựa buộc vào như chơi"*. Cũng có tuổi trẻ đến với đạo Phật, mong cầu giọt nước cảnh dương làm sống dậy một tâm hồn khô héo vì tình yêu bị phản bội. Cũng có tuổi trẻ đến với đạo Phật để gột rửa sạch *"gót danh lợi bùn pha sắc xám, mặt công hầu nắng rám mùi dâu"*. Các bạn trẻ ấy tự tìm thấy hình thái đạo Phật thích hợp với mình. Nếu đạo Phật không đáp ứng được cho những tâm hồn đau khổ, chán chường cuộc sống ấy, chẳng khác nào y sĩ từ chối bịnh nhân. Vậy thì, các bạn trẻ cũng nên tự mình tìm cho mình một hình thái cho đạo Phật thích hợp; không phải là hình thái được lập thành khuôn mẫu do bởi các Anh Chị trưởng, do các Đại đức, Thượng tọa, hay do các nhà nghiên cứu uyên bác. Một thiền sư Việt Nam đã nói: *"Nam nhi tự xung thiên chí, hưu hướng Như lai hành xứ hành"*. Ta hãy đi con đường do chính ta lựa chọn, không cần gì phải lắt nhắt theo dấu vết của Như lai. Khẩu khí này nhiều khi khiến ta sợ hãi, e rằng có quá tự phụ, quá ngạo mạn chăng? Đừng có phổ nhạc những lời ấy thành giai điệu với tiết tấu hành khúc dồn dập, mà hãy thử phổ thành một sonata nhỏ của mặt hồ tĩnh lặng, ta sẽ nghe được âm hưởng này: hãy bình thản tự chọn cho mình một hướng đi, sẵn sàng chịu trách nhiệm đối với hậu quả xuất hiện trên hướng đi mà ta đã chọn. Lời Phật cần ghi nhớ: *"Chúng sanh là kẻ thừa tự những hành vi mà nó đã làm"*. Và còn có lời Phật khác nữa: *"Hãy là kẻ thừa tự Chánh pháp của Như lai; chớ đừng là kẻ thừa tự tài vật"*.

Các bạn trẻ đang học tập để chuẩn bị cho mình xứng đáng là kẻ thừa tự. Kế thừa gia nghiệp của ông cha, cùng dòng họ. Kế thừa sự nghiệp của dân tộc. Kế thừa di sản nhân loại. Dù đặt ở vị trí nào; bản thân của các bạn trẻ trước hết phải sẽ là người thừa kế. Thành công hay thất bại trong sự nghiệp thừa kế của mình, đó là trách nhiệm của từng người, của từng cá nhân. Hãy tự đào luyện cho mình một trí tuệ, một bản lãnh, để sáng suốt lựa chọn hướng đi, và dũng cảm chịu trách nhiệm những gì ta đã lựa chọn và gây ra cho bản thân và cho cả chúng sanh.

Không có đạo Phật chung chung cho đồng loạt tuổi trẻ. Mỗi cá nhân tuổi trẻ là biểu hiện của mỗi hình thái đạo Phật sinh động.

Chúc các Anh Chị có đầy đủ nghị lực để chinh phục những vương quốc cần chinh phục; để chiến thắng những sức mạnh cần chiến thắng.

Buddhism & The Youth

Translated by Vien Minh

My dear friends, the topic of our discussion today is "Buddhism and the Young people." Such title tends to create an impression that Buddhism comes in many different forms; and each form caters to certain generation, or certain Socio – Economic class. But then, one can also believe that there is only one Buddhism, and today's topic will examine thoroughly the basic characteristics of Buddhism, and extract from them the conclusion as to whether Buddhism in that sense would be appropriate for the young people. Of course, here, all of you are Buddhists, so the answer is probably already available long ago. We are not going to state any definition, nor reference Buddhism in any particularity or trait, no matter what definition we use, or in what side we would see it.

In so saying, it may still be hard for you to grasp the heart of the matter. Many of you probably have read books on Zen Buddhism, or at least have heard of Zen ko – an, which somewhat goes like this. A person asked a master: What is Buddha? His master replied: "three pounds of hemp." That wasn't a jokingly replied story, nor was it an intricate statement on the transcendental philosophy microprocessed by the Zen master. But it's just because here, we are going to search for the significance of life and to discover its worth and benefits. As if defined by a writer or a poet, we are not here to characterize or describe life, because we are not looking for its encyclopedic knowledge, but we are here to explore true qualities of life. Just like a bee seeking a flower, not to find the physical beauty and alluring scent of that flower because the flower's beauty and scent are only representations of existence. The bee only seeks the flower to extract the sweet nectar deep inside that flower in order to provide nourishment for its own surviving and that of its species.

Young folks are often reminded and advised to learn to live a life worth living. Our proverbs also taught "Be worth the value of the young! As you land in the East, the East would be calm; as you mount the West, the West would be in peace", and for that, our young people would think that they should perform certain illustrious acts, otherwise their life would be a waste. Some of them have, indeed, succeeded with a brilliant achievement that is worth everybody's admiration. All of us are in awe of him, too. But just look into his eyes a little bit, had any of us here has a mind to do so. What do we find in those eyes? Would we see a lofty vast firmament, onto which an eagle majestically stretches its wings, or would it be a lost heaven in the regretful reminiscences of his youth as he left behind his most beloved for the conquest of fame?

The answer would be both. One would chase after illusion to search for his own real image. Where is the sweetness of life, on either side? Now we are temporarily leaving the romantic panorama to look into another aspect of it. Could there be any other picture worth more in appreciation? That depends again on the viewer's artistic standpoint.

Long ago, there was a prince to whom the golden throne was to be expected, and under whom the hoofs pounded on the long march in submission. That night, as the whole royal palace was sound asleep in the deep and quiet night of power, fame, and wealth, the prince ordered his charioteer to saddle the best of his warhorses. But his galloping horse would not trample the battlefield. His powerful dagger would not overthrow the pathetic enemy. From then on, the royal footsteps began gallivanting all through to the ends of mountains and rivers; at times lonesome by the waters, or alone under the treetops. What did he want to find? Let's hear Him say: "And then, O Bikkhus! While in my youth, with hair still dark, and life full of vitality; despite the disapproval of the parents, their face stained with tears of sorrow... I have left the family, I have shaved and donned the frock, I have chosen the celibate life. Leave behind everything in order to seek something more virtuous, to find a direction guiding toward superiority, to search for trace of an ultimate tranquility." Thus he left, he searched, and he discovered the way leading to a peaceful realm and perpetual happiness.

So the path that He had taken was then announced and introduced to others. These capable people are like the lotus flowers that only grow in the muddy standing water, but these lotus flowers would bloom upward out of the filthy mud so that they themselves are not tampered by the stench from which they come. However, the path that was announced and introduced was not by any mean an easy acceptance with faith by everyone. The people who protested against it were not in small numbers. When the young Master arrived in Magadha, one of the most powerful nations of that time, several young men from wealthy families like Yasa and his friends, other well - educated men like Sariputra and Moggallana, or young men of royal descendant, princes and noble courtiers took turn to leave behind their own family and denounce their grand social status, to accept the glorious Path to Ultimate Truth. From a certain perspective, their leaving did produce a large vacancy in society, causing a disturbing upheaval to the ordinary life that everyone was accustomed to. So people worried. They started to discuss the situation in whisper at first, then disapproval and disappointment came among them, and at last they even got angry. This opinionated inclination almost initiated a wave of opposition: "Sramana Gautama is causing fathers to lose their sons, wives to become widows. Sramana Gautama disrupts our normal family life." But the trend in opposition did not last long enough to become real public hostility. Because not for very long afterwards, these fathers and young wives realized that they were not actually forgotten or deserted by their love ones, but that they were finally shown the fantastic taste of love and happiness which was absent in their lives for the longest time.

So from the initial introduction, this rightful way, this pre – eminent and ultimate path that could lead to an everlastingly blissful world, did not materialize by the power conquered with daggers and blades, but by the power that comes from compassion and wisdom; this supreme path was graciously accepted by the young generation of people, the brightest class of society, the ones who would stipulate the future direction of the whole populace.

Maybe we ought to stop right here. That image may seem too farfetched, unreachable and overwhelming for a lot of people. Despite the fact, not a single one of us male or female young person, would not agree, from the deepest of our heart, that we are driven by an unrestrained powerful force. This power is called the desire to dominate. Such as dominating love, conquering fame and attaining status in life. It doesn't matter from what angle or direction one looks at it, it is like all of us are little children chasing after a butterfly. Once you hold the dead butterfly satisfactorily in your hands, would you ever wonder: what do this conquest and this victory mean to me? No, we don't ever wonder that, we continue to chase one butterfly after another. In the history of human kind, how many famous conquerors, after each victory, would only see themselves as just small delicate ones in front of the power of gentle human love?

The galloping stallion of Genghis Khan did not stall in front of enemies, but the great Khan's innermost feelings were not at peace when he knew that there was someone longing for his return at the other end of his conquering road. That was the last enemy to battle with. Khan knew very well that even with the combined power of his ten thousand mighty soldiers, he wouldn't be able to win over such enemy, or to claim victory over such empire. He sent for an assistant, a wisest and most proficient advisor, to help gather the supernatural power instead. His diplomat went to Zhongnanshan Mountain to seek Qiu Chuji. The Taoist priest left his mountain, crossed over the desert to arrive personally at Khan's supreme headquarter, to explain his view of living forever and never dying, and to clarify the secret meaning contained in the Book of Tao consisting in 5000 – words ascribed to Laozu, the founder of Taoism. At the conclusion of the Holy Book, once all of the riddles of the language had somewhat betrayed their hidden meaning, the great Khan came to the exclusive assertion, that he would be the loser in this very last battle.

So, what is the signification of conquest? Each of us tends to look for something in our life, for certain significance, for the ideal and the reason to live. For the majority, love and happiness are those ideals of life; for others, it could be wealth, fame, or power. People even agonize themselves mentally or torture themselves physically, in pursuit of what they think the paramount for their existence. But we also know that besides the illusory and precarious happiness of life, there are also far – reaching horizons and a path to altruistic selflessness; but only a handful of us are taking that route, and a whole lot less people reaching its destination. Why is that?

Once there was a literary researcher who, when commented about the poet Li – Po, had no reserve whatsoever in raving this exceptionally brilliant individual with a liberal and extravagant way of life. But then he concluded: we are not of the class of Li – Po, and we cannot live like the way Li – Po lived, because we do have family, wives and children, and many other responsibilities. Be it as it may, could it be that all of us were born predestined with a noose on our neck, but Li – Po was not? Could it be that we are only allowed to admire, and marvel at the outstanding characters and their lives, just like a ragged beggar would only stand from far away to crave and long for the precious jewels worn by an attractive princess? Sure, Li – Po cannot live like us, and of course we do not have to become like Li – Po in order to have the recognition of others. Each of us has within ourselves an endless hidden treasure. There is no need to borrow or steal the attributes of another individual. And no need to inadequately evaluate ourselves.

The Lost Son in the Lotus Sutra wouldn't think of himself as the only son and heir of the rich proprietor, the one whose power even surpassed that of many high ranking dignitaries of the royal court. This young man even felt happy when he was hired as a lowly servant, and was so proud to become the humble servant of this affluent family. He took pride in cleaning out the latrines, and was pleased to be permitted to sleep in the horses' stalls. However, deep in his essential nature, in his bloodline, and from an unlikely peculiar destiny, he was the sole inheritor of this wealthy family. He would be recognized as successor only when he himself can trace his own lineage, and can substantiate his own aristocratic significance. Otherwise, one who thought of himself no better than the breeding horse of his boss, cannot have dreams to prove himself the sole heir of the family. Because that wasn't inheritance, it was more like strategic plans of a usurper.

In that case, definitely would he be punished on account of his extravagant ambition. Here while we cannot ascertain our own noble dignity, and cannot appreciate the precious values of life – the values that are certainly not higher than the rows of social chairs and the steps of social ladders which are instituted in an irreversible order; meanwhile, we call ourselves "Buddhists", meaning we see ourselves as rightfully legal descendants of the Tathagata's Holy lineage; is this somewhat contradictory? Among my young friends, many have tried to ascend and move up in life, establishing their own values; they thought that if needed and when wanted, it is not hard for them to just don the most expensive clothing or sit at the highest position in society; and when not needed anymore, they can just "discard the golden throne just like throwing away some broken shoes." Those friends, after a time struggling with life in order to prove their self – worth, some of them are even "lucky enough" to climb up these high – profiled chairs, suddenly realize that the importance and value of this life are being painted, decorated, and engraved into these chairs. So from then on, they would fasten themselves firmly onto them, and insist on defending these values at any cost.

Some other friends of mine, after a broken relationship, suddenly realized that happiness, so real in their own hands minutes earlier, was now just pretentious. One came to me after many days wandering around in his miserable sorrow. He came searching for me not to find a consolation, but he came to graciously lecture me on the meaning of love and eternity; and the meaning of true happiness and the supreme cause of life, the ultimate good. While listened intently to his talk, I felt like I have drunk all the drops of sweet dew dispersed from each of his burning teardrops; and I have asked myself whether my friend had realized the meaning of Nirvana? Now that 30 years have passed, I have to confess that I could not forget that marvelous "sermon." But just a short time afterwards, my friend again threw himself onto new romance. When I asked him why, his answer was that the sweetness of that first love could have never been adulterated with time. It forever resided in an obscure part somewhere in his heart. He only chased after frivolous and fleeting relations, pursued the empty fame; just because he attempted to forget things that was gone, and gone forever, that never could be retrieved. Once in a while, when thinking of this friend, now quite successful in his real life, I often wonder if he had ever thought back to those youthful years, wouldn't he think he was being so stupid, chasing after illusion? And furthermore, between these two stages of his life, which one is truly illusion?

They say that Young People are standing at the threshold of life, so you have to prepare your baggage to enter life. I want to say it in a different way, by relating to my own youth that has passed. What I want to relay is that you – the young generation – are placed with two questions that demand immediate and confident answers; or that you are positioned at the forked road that requires your decision without hesitation, either Love or Achievements. In front of you is a long winding road that looms in the dim residual light of morning stars. It is not quite dawn so as to easily distinguish where you are standing and where the road you're taking will lead you. Moreover, are there really two branched out roads for you to choose or is it just one? Which way are you going to proceed? Whether to follow the path of achievements and reputation, just as the saying goes "to have been born in the world, may one's name be impressed upon the mountains and rivers"; or perhaps to pursue the silhouette of an eternal springtime? Both of them make sense, and I know all of you would understand them clearly.

We do not have to go through lengthy explanation and argument. But there is one thing that I have to stress. Your understanding of the future path ahead of you is not quite what you are seeing by yourself, and knowing yourself which way to take as the first morning light breaks through. It's rather the remnants left behind from many generations before you. It's not often that one can just formulate one's own distinct pathway and not trailing any other pre – existing track. Tracing slowly step by step after other generation's direction, only then young people can carefully develop their own future roadmap. Among these youthful individuals, many would not step out of the jungle's darkness to find for themselves, with their own eyes, the roadway that leads out to the future even when daybreak has come and the morning sun brightly shines.

We will now explore in history and find such a youth. The one that came to my mind was not a stranger to any of you, and I want to remind you of the Emperor Tran Nhan Tong. When still young and growing up in lavishly splendid palace filled with joy, this aristocratic young man lived like a recluse amidst the royal kingdom; with a true hermit life of abstention and ascetism. I wonder if the graceful bearings would have been appreciated by anyone in this young royalty, but the King Father – only seeing the dreadfully emaciated body of his own heir – could not help but uttering a cry, wondering if his son would have enough strength and energy to look after the empire, safeguarding its territory.

Nonetheless, that same young man, once enthroned and residing over the entire nation, not only ascertained his own selfworth, but also substantiated the lasting existence of his whole populace. Whether sitting at the towering royal throne, or embarking impressively in the battlefield, or returning home on victorious mounts after triumphant conquests; nights after nights in the serene darkness of history, even now, we can nearly imagine the sound of his repetitive gong strikes and distinctive ritual chanting of this royally majestic king who once viewed the throne like a pair of discarded sandals: "What that is to be produced by conditions should be viewed as a dream, a mirage, a bubble..." How could the one who perceives with his own eyes the whole universe as ephemeral – like dewdrops on the grass blades – nevertheless with supremacy, would be able to make up his own destination as well as that of the entire sovereignty? I hope that all of you young people out there can come up with the answers yourselves. Because when you can provide answers to those questions, you surely can make up your own destination and not worry so much in making erroneous mistakes.

Now we finally come back to the main discussion of our topic. Many of you when hearing the title of this topic would probably have thought that the speaker will present something related to certain Buddhist structural standpoint, and gathering from that viewpoint he will analyze and explore whether it would apply to the young generation, or bring about actual benefits to this young age group. Up until now, I have not introduced any form, any structure yet. Are any of you disappointed? Well, maybe you ought to be a little disappointed. That way, it's apparent that none of you come to passively listen to me, whatever I say would satisfy you. Rightly so, you should have choices, even though the choices are not up to your own wishes. Beginning with realization, there would undoubtedly be options. When working with the talented capacity of youth, first of all there is the ability to choose. Young people are educated to know how to select options. Determining one's future plan is making the right choices intelligently.

Furthermore, we should not be too disenchanted if there is not a specific Buddhist structure applying to the young generation. There is only one moon up in the sky. But that moon can be graying with old age and death, or it can be a new moon freshly emerged with youthful innocence; likewise, it can be a bright moon that bears witness to faithful hearts, or it can be an "old moon of spitefulness that maliciously causes the discord between lovers." Yet other young people come to Buddhism hoping that the blessed water by the compassionate Bodhisattva would revive their wilted heart which was rejected by love. And yet others come to seek Buddhism to wash off "the heel pacing after fame tainted with grey mud, or the face of marquee suntanned by the rays of great changes." They may find on their own a Buddhist structure that correlates well with them. If Buddhism cannot alleviate their mental sufferings and their weariness of life, it would be just like a doctor refusing to treat sick patients. Therefore, you are advised to find your own viewpoint that corresponds with Buddhism, not taking those that are already being molded by others such as your superiors, your reverend monks, or some other brilliant researchers. A Vietnamese Zen master once said: "Young people should bear in themselves the will of soaring high, and not content with retracing the footsteps of the Buddhas, though. We will walk the path that we select ourselves, no need to drudgingly follow after the trace of others.

This manner of speaking sometimes causes people to feel bewildered. Wouldn't it be too conceited, too arrogant? Then please, do not create a song with a quick tempo out of those words, but try to compose a gentle sonata like smooth undulating water of a lake, then we can easily comprehend the sound of these words: Be at ease in choosing a direction for yourself, and ready to take on the responsibility for what happens along the path that you have chosen. These are the words of the Buddha that you should remember: "sentient beings are the inheritors of all actions that they have carried out themselves." And Buddha also taught us: "Be the successor of the Tathagata's true dharma, and not the heir of material resources."

All of you are learning to prepare yourselves for worthiness of being heirs: Inheritors to the heirloom of familial ancestors; Inheritors to the traditions of a country's heritage; Inheritors to the humankind legacy. No matter what position you are placed in, first and foremost, you, the young generation today, have to be the heirs. Victory or defeat in the position of being an heir is the responsibility of each one of you, personally, individually. Be prepared to develop your own wisdom, build your own ground, to cleverly choose the pathway to life, and be ready to accept the responsible actions for what you have committed to for your own self and all other sentient beings.

There is not a universal Buddhism that is broad – spectrum for the entire young generation. Each one of you individual is representative to the dynamic form of Buddhism.

I sincerely wish you would have enough strength to conquer lots of kingdom that are to be conquered and win over the powers that are to be won.

Translated by **Vien Minh**

SUY NGHĨ VỀ HƯỚNG GIÁO DỤC ĐẠO PHẬT CHO TUỔI TRẺ

TUỆ SỸ

Phật giáo Việt Nam đang chứng kiến những xáo trộn và khủng hoảng chưa từng có trong lịch sử. Các mô hình tổ chức, những lễ tiết sinh hoạt, từ ma chay, cưới hỏi các thứ, được cố gắng rập khuôn theo mô hình phương Tây một cách vội vã đã làm xói mòn phần nào truyền thống tâm linh của dân tộc. Thêm vào đó, dưới tác động của xã hội tiêu thụ, và sức ép của quyền lực chính trị làm nảy sinh những tâm trạng bệnh hoạn do bởi quan điểm thế quyền và giáo quyền thiếu nền tảng giáo lý. Tình trạng đó tất nhiên đã có những tác động tiêu cực lên đường hướng giáo dục thanh niên phật tử Việt Nam.

Ngày nay, nói đến tuổi trẻ Việt Nam, có lẽ nên tượng hình như hai đường thẳng mà điểm hội tụ là một điểm trong xã hội tiêu thụ. Đó là hai bộ phận tuổi trẻ trong nước và ngoài nước. Tuy tất cả cùng được giáo dục theo mô hình giáo dục phương Tây, nhưng do khác biệt định chế xã hội dựa trên quyền lực chính trị chứ không phải do xu hướng phát triển tự nhiên. Đó là sự khác biệt, giả tạo như vũng sình, không biết đâu là chỗ chắc thật để bám vào mà thoát thân. Tuổi trẻ Việt Nam đang bị bật rễ, do đó có nguy cơ mất hướng, hay thực sự đã mất hướng. Tuổi trẻ của đạo Phật Việt Nam cũng không ngoại lệ, và không dễ dàng vượt qua tình trạng mất hướng này.

Ở đây tôi nói mất hướng là nhìn từ điểm đứng dân tộc. Tuổi trẻ ở nước ngoài chỉ cần quên, hay tạm thời quên, nguồn gốc Việt Nam của mình, thì hướng đi cho nhân cách được xác định ngay từ khi vừa bước chân vào cổng đại học. Nói cách khác, tuổi trẻ Việt Nam hải ngoại không phải hoàn toàn bị bật rễ, nhưng ở trong tình trạng di thực.

Quýt phương Nam đem trồng trên đất phương Bắc, có thể ngọt hơn, có thể chua hơn, và cũng có thể èo uột vì không hợp phong thổ. Tuổi trẻ trong nước là thân cây còn dính chặt với gốc rễ trên bản địa. Nhưng để sinh tồn, và muốn phát triển nhanh chóng, bị sức hút của sự thăng tiến tác động từ bên ngoài, nên có nguy cơ bật rễ. Đại bộ phận tuổi trẻ Việt Nam ngày nay biết rất ít về quá khứ ông cha mình, đã yêu nhau như thế nào, đã suy nghĩ như thế nào để bắt kịp những giá trị tâm linh phổ quát của nhân loại.

Tuổi trẻ của đạo Phật Việt Nam tuy có thể được tin tưởng là còn cố bám chặt lấy gốc rễ truyền thống để vươn lên, nhưng do sự thiếu trách nhiệm hoặc thiếu nhận thức về hướng đi của thời đại, của những người đang đứng trên cương vị giáo dục, vô tình chẳng khác nào bác sỹ không còn biết liệu pháp nào hay hơn là cho uống thuốc ngủ để người bịnh quên đi những nhức nhối của thời đại mà tuổi trẻ cần phải biết để chọn hướng đi tương lai cho đời mình.

Mặt khác, do sức ép chính trị mà tuổi trẻ cần phải được tập hợp thành lực lượng tiền phong và hậu bị để bảo vệ chế độ, do đó việc giảng giải đạo Phật cho tuổi trẻ không được phép vượt qua các cổng chùa. Bên trong cổng chùa, tuổi trẻ chỉ được giảng dạy những ý nghĩa vô thường hay vô ngã không như là quy luật vận động để tồn tại, phát triển và hủy diệt của thiên nhiên và xã hội, mà như là một bức tranh toàn xám của cuộc đời được tô trét bởi những người mà tuổi đời đã mệt mỏi với những thành công và thất bại đã làm thui chột ý chí.

Trong một xã hội hội mà các giá trị tâm linh truyền thống đang bị băng hoại, một số thanh niên tác quái tại các đô thị lớn dựa vào quyền lực chính trị của cha chú, hay tiền của bất chính của bố mẹ; một số khác miệt mài học chỉ để làm thuê, làm những người nô lệ kiểu mới trung thành với những ông chủ giàu sụ.

Một số khác, cam chịu thân phận nghèo đói, thất học, cam chịu tất cả nhục nhã của một dân tộc nghèo nàn lạc hậu. Trong tình trạng đó, sự hiện diện của các đoàn sinh gia đình phật tử, những đơn vị tập hợp các thanh niên biết tìm lẽ sống cho bản thân, thật sự là một thách thức xã hội, mà quyền lực chính trị cảm thấy như một đe dọa nếu không vận dụng được để phục vụ cho tham vọng đen tối, mà vì tham vọng ấy có khi sẵn sàng mãi quốc cầu vinh.

Như thế thì, tất nhiên là ảo tưởng khi nói rằng, chúng ta chỉ tập hợp tuổi trẻ để dạy đạo, không cần biết cái gì khác nữa. Nói thế chẳng khác nào lùa những nai con vào một chỗ để cho cọp dữ dễ dàng thao túng.

Tất nhiên, đất nước cần tuổi trẻ để xây dựng. Đạo pháp cũng cần tuổi trẻ để thể hiện bản hoài tiếp vật lợi sinh của mình. Theo bản hoài đó, giáo dục đạo Phật cho tuổi trẻ không chỉ có mục đích chiêu dụ họ vào trong bốn vách tường nhà chùa để cách ly những phòng trà, hộp đêm, những môi trường cám dỗ, sa đọa. Tuy nhiên, cơ bản giáo dục đạo Phật vẫn phải là rèn luyện đạo đức, phát triển trình độ nhận thức tâm linh.

Trước hết, hãy nói về rèn luyện đạo đức. Ở đây hoàn toàn không có vấn đề nhồi nhét những tín điều đức lý. Nghĩa là, không nói với tuổi trẻ không được làm điều nầy, không được làm điều kia. Tuổi trẻ có thể làm bất cứ điều gì mà họ tự thấy thích ứng với thời đại. Nhưng không để cho tuổi trẻ bị lôi cuốn bởi những yếu tố độc hại của thời đại, không bị lệch hướng nhận thức bởi các phong trào thời thượng, do đó cần thiết lập một không gian an toàn, và di động. Không gian an toàn đó là bồ-đề tâm. Tính di động, đó là vô trụ xứ của Bồ tát. Chúng ta cần nói thêm hai điểm này.

Lớn lên tại các đô thị phồn vinh, rồi bước vào xã hội với học vị cao, mức sống ổn định, một bộ phận tuổi trẻ ít khi trực tiếp sống với những đau khổ của các bạn trẻ khác ở những vùng đất tối tăm xa lạ. Thiếu đồng cảm về những khổ đau của đồng loại, do đó cũng thiếu luôn cả nhận thức về thực chất của sự sống, không thể hiểu hết tất cả ý nghĩa thiết cốt của khát vọng sinh tồn.

Cho nên, đưa đạo Phật đến với tuổi trẻ, phải có nghĩa là đưa tuổi trẻ đến giáp mặt với thực tế của sinh tồn. Đó là làm phát khởi bồ-đề tâm nơi tuổi trẻ: Ở nơi nào hiểm nạn, tôi nguyện sẽ là cầu đò. Nơi nào tối tăm, tôi nguyện sẽ là ngọn đuốc sáng. Đây có thể là ước nguyện xa vời, thậm chí sáo rỗng đối với một số người. Nhưng đó chính là mặt đất kim cang để trên đó tuổi trẻ tự vạch hướng đi cho mình, tự quy định những giá trị sống thực cho chính đời mình.

Về tính di động, đó là tính mở rộng, không tự câu thúc vào trong một không gian xã hội chật hẹp, để có thể có tầm nhìn xa hơn, vượt ngoài thành kiến và truyền thống khép kín của xã hội mình đang sống. Nói cụ thể hơn, tuổi trẻ được giáo dục để luôn luôn ở trong tư thế sẵn sàng lên đường. Đến bất cứ nơi nào trên trái đất này, nơi mà đau khổ được sống thực hơn, hạnh phúc được trắc nghiệm chân thực hơn. Trong một ý nghĩa khác, tính di động như vậy đồng nghĩa với tính phiêu lưu. Từ khi sống tại những đô thị được xem là ổn định, nhân loại đã dập tắt đi tính phiêu lưu nơi tuổi trẻ, nhưng khơi dậy tính du lịch nơi người lớn đi tìm những lạc thú mới để thay đổi khẩu vị thường nhật.

Tinh thần vô trụ xứ tất nhiên có nhiều điểm khác biệt. Vô trụ xứ nói, không trụ sinh tử, không trụ Niết bàn. Đó là tinh thần khai phóng, không bị buộc chặt vào bất cứ giá trị truyền thống nào. Tuổi trẻ cần được học hỏi để sống với tinh thần khai phóng và bao dung, để tự mình định giá chuẩn xác giá trị các nền văn minh nhân loại, tự mình chọn hướng đi thích hợp trong dòng phát triển hài hòa của tất cả các nền văn minh nhân loại, tuy khác biệt tín ngưỡng, khác biệt tập quán tư duy, khác biệt cả phong thái sinh hoạt thường nhật.

Về sự phát triển trình độ nhận thức tâm linh nơi tuổi trẻ, ở đây chúng ta nói đến sự học tập thông qua Kinh điển truyền thống. Tam tạng Thánh điển là kho tàng kiến thức bao la. Dựa trên những lời dạy căn bản của đức Phật về giá trị của sự sống, bản chất của đau khổ và hạnh phúc, trên đó nhiều quy luật về thiên nhiên, về xã hội, về tâm lý, ngôn ngữ của con người lần lượt được phát hiện qua nhiều thời đại trong nhiều khu vực địa lý có truyền thống lịch sử khác nhau.

Tuy nhiên, chúng ta cũng biết rằng, trong toàn bộ lịch sử các nền văn minh nhân loại, đang tồn tại hay đã biến mất, không một học thuyết nào mà không từng bị nhận thức của người đời sau vượt qua. Có học thuyết bị vượt qua và bị đào thải luôn. Có học thuyết bị vượt qua, rồi được phục hoạt. Nhưng có rất ít học thuyết được phục hoạt mà bản chất không bị biến dạng. Biến dạng cho đến mức nếu so sánh với quá khứ, nó như là quái thai. Giáo lý của Phật khẳng định quy luật vô thường, nên vấn đề là khế lý và khế cơ, chứ không phải là vấn đề bị hay không bị vượt và đào thải.

Tuổi trẻ học Phật không có mục đích trở thành nhà nghiên cứu Phật học, mà học Phật là tự thực tập khả năng tư duy bén nhạy, linh hoạt, để có thể nhìn thẳng vào bản chất sự sống. Cho nên, sự học Phật pháp không hề cản trở sự học thế gian pháp; kiến thức Phật học không xung đột với kiến thức thế tục. Duy chỉ có điều khác biệt, là học Phật khởi đi từ thực trạng đau khổ của nhân sinh để nhận thức đâu là hạnh phúc chân thật. Bi và trí là đôi cánh chắc thật sẽ nâng đỡ tuổi trẻ bay liệng vào suốt không gian vô tận của đời sống.

THE CURRENT THINKING ABOUT BUDDHIST EDUCATION PLANS FOR VIETNAMESE YOUTH

Translated by Tâm Thường Định

Vietnamese Buddhism is witnessing a turmoil and crisis unprecedented in its history. Organizational models and everyday ceremonies, from funerals to weddings, are hastily trying to copy the Western models, which undermine Vietnamese spiritual traditions. Additionally, under the impact of consumerist society, the pressure of political power gives rise to negative consequences. This morbid standpoint results from a secular and religious doctrine that lacks a basic foundation in Buddhism. That course, in turn, has a negative impact on Buddhist education plans for Vietnamese youth. Today, when talking about Vietnamese youth (in Vietnam and abroad), perhaps one can construct two figurative parallels that intersect at the point of consumerist society.

These two figurative parallels are the development of the youth in Vietnam and abroad. Even though youth, both in Vietnam and abroad, have been educated based on a Western educational model, they exist in different social institutions. In Vietnam, the education of youth is based on political power rather than following a natural growth trend. This artificial difference is like living in a mud puddle, not knowing where to find a real place to gain enough footing to escape. Vietnamese youth are being uprooted, and face a great risk of losing their life direction; some have indeed already lost their life direction. The Buddhist youth in Vietnam are no exception, and it is not easy to overcome this loss of direction in life. Here, the emphasis on the loss of direction is from the standpoint of Vietnam as a nation. The Vietnamese youth abroad have either temporarily or permanently forgotten their Vietnamese origins, so their direction in life is determined primarily when entering college age. In other words, overseas Vietnamese youths do not have their life direction and culture entirely eradicated, but are in a state of acclimatization and assimilation (into their new environment). When tangerine seeds from the South are planted in the land of the North, they could be sweeter, they could be more sour, or the crop could be meager because of an inappropriate climate and soil.

Vietnamese youth in the home country are like the trunk of a tree that still has its indigenous roots. The desire to survive and grow quickly implies an attraction for development from outside influences, which may result in the uprooting of the entire tree. The majority of Vietnamese kids nowadays are unaware of their family's personal history, let alone their parents or ancestors. They have no idea how their parents fell in love or what their parents believe about mankind's universal spiritual principles.

One can believe that Buddhist youth in Vietnam are still trying to cling to traditional roots to grow. The lack of obligation and responsibility or a lack of awareness about the direction of modern society by those who are in leadership roles, in both spiritual and educational settings, are like a doctor who does not know any better therapy for an illness, and just gives sleeping pills so the patient will forget their aches. The lack of proper education and leadership is the ache and agony of the times. The youth currently need proper education and leadership in order to plan for a better direction and future in life. On the other hand, due to political pressures, youths need to be gathered into institutions which protect the regimes. Teaching Buddhism to young people is controlled and not allowed to spread beyond the 'temple gates'. Inside the gates, youths are taught the meaning of impermanence and no-true-identity (selflessness), not as a philosophy of knowledge campaigning for survival, nor the development and destruction of natural processes as well as society, but as an overall pessimistic picture of life, one that is filled with hopelessness, aging, and exhaustion with the successes and failures that have thwarted the will.

In a society where traditional spiritual values are decaying, some youth in large urban areas are acting out based on the political power of their parents, or with the illicit money of their parents. Others study and work hard just to make ends meet—these are modern slaves loyal to the wealthy boss. Others, doomed to poverty status and illiteracy, endure humiliating poverty and backwardness. In that dire situation, the presence of the Vietnamese Buddhist Youth Association (GĐPT) gathers the youths, to guide and nurture them to find meaningful reasons for better living for themselves. It is really a challenge in society, because the politically powerful feel them as a threat that can't be manipulated to serve their dark ambition. Because of that dark ambition, sometimes those with political power are willing to sacrifice their country for their own desire for power. Thus, it is, of course, an illusion to say, "We gathered the youth to teach religious doctrine, and they do not need to know anything else." A metaphor is just like deer being herded into a room for the tiger to easily target.

Of course, the country needs its youth in order to develop. Religion also needs youth to carry out its missions and doctrines that are beneficial to the youth themselves, other beings, and society, both in the present and in the future. According to this skeptical perspective, Buddhist education for youth is not only for the purpose of luring them into the four walls of the temple to insulate them from pubs, nightclubs, and other depraved, tempting environments. However, the foundation of Buddhist education is about moral training, developing ethical values and spiritual knowledge. First, let's talk about ethics training. Here, there is absolutely no brainwashing or stuffing the youths with dogmatic religious doctrines. That means, do not tell young people, "Do not to do this, do not to do that." Youths can do anything, if they find themselves adapting to the times. But also don't let the youth fall into the trap of harmful elements of the era, or deflect and abandon their guided principles, core values and awareness when they interact with different movements of the current era. Thus, one must establish a safe space, mobile and dynamics. That safe space is bodhichitta. The mobility and dynamics are the selflessness and non-abiding (no-abode or "non-stationary") of the Bodhisattva. We need to address more about these two points.

Growing up in prosperous cities, and then stepping into society with a proper higher education, and a stable life, some youths rarely have direct contact with the suffering of other young people in remote or unknown lands. The lack of empathy for the suffering of fellow human beings leads to the lack of knowledge of the essence of life; they can not understand the core significance of aspirations for life. Thus, bringing Buddhism to youths mean asking our youths to confront the reality of life, of existential survival, that is, to develop and arise their bodhichitta: "Wherever there is danger, I vow to be the means to reach the safe haven. Wherever there is darkness, I vow to be the guiding light." (Shantideva, The Way of the Bodhisattva). This may be a farfetched aspiration, even a cliché for some people. But it is the vajra ground, the diamond foundation, for the youth themselves to plan their own life direction, and self-regulate their real core values for their own lives.

Regarding mobility and dynamics, which means to be open-minded, and not being confined in a narrow social space, and being able to have more foresight, beyond prejudices and the closed traditional society in which we live. In particular, youth are taught to always be in ready to take off; set foot in anywhere, any place on this earth, where suffering would be experienced more realistically, real happiness would be tasted. In a sense, such mobility and dynamics are synonymous with adventure. Since living in urban areas is considered stable, mankind has extinguished the adventurous minds of the youths; on the other hand, it has aroused tourist characteristics where adults seek new tempting pleasures to add variety to their everyday tastes.

The spirit of selflessness and the "non-abiding" nature of the Bodhisattva has many different viewpoints. It means not to become attached either to the world or Nirvana. It is the liberal spirit, not tied to any traditional values. Youths need to learn to live with the spirit of openness and tolerance, to self-assess the value of human civilization, to choose appropriate personal direction that demonstrates harmonious development with all of human civilization, despite differences of beliefs, practices and viewpoints, and even different demeanors in everyday life activities.

Regarding the development of the youth's moral value and spiritual knowledge, here we emphasize learning of the canonical scriptures. The Tripiṭaka or the Three Baskets of Sacred Texts, hold an immense wealth of knowledge and wisdom. Based on the fundamental teachings of the Buddha on the value of life, the nature of suffering and happiness, in which a lot of laws of nature, society, psychological factors, linguistics have been disclosed through the ages in many geographical areas in different traditions. However, we also know that, in the entire history of human civilizations, those that still exist and those that have disappeared, not a single theory goes without being tested or without ever being surpassed by later findings. There are theories that existed in the past and were eliminated forever. There are theories that have been surpassed and then revived. But there are very few theories that are revived without being changed or transformed or deformed-- deformed to the point that when compared with the past, it sounds monstrous. The teachings of the Buddha affirm the law of impermanence, so the problem when teaching Buddhism is whether the content and level are proper and appropriate or not, rather than the issue being whether or not the Teachings of Buddha are overtaken and eliminated.

Our young people study Buddhism not to become Buddhist researchers or professors, but to learn and practice critical thinking abilities, to be dynamic, flexible, and to be able to investigate the nature and reality of life. As a result, studying Buddhism does not impede secular education learning; Buddhist knowledge does not contradict with ordinary knowledge. The only difference is that when we study Buddhism, we begin with the reality of human suffering in order to achieve authentic happiness. Compassion (love) and Wisdom (truth) will offer young people wings to sustain and nurture them throughout their journey through life's infinite space.

Translated by **Tam Thuong Dinh**

www.ingramcontent.com/pod-product-compliance
Lightning Source LLC
LaVergne TN
LVHW061048070526
838201LV00074B/5217